AF742992

STÖKKAR OG LJÚFFENGAR UPPSKRIFTIR TIL AÐ FULLNÆGJA LÖNGUN ÞINNI

FRÁ SÆTU TIL BRAGÐMIKILS, 100 EINFALDAR OG FLJÓTLEGAR UPPSKRIFTIR

Sigurður Strom

Fyrirvari

Upplýsingunum sem er að finna í er ætlað að þjóna sem yfirgripsmikið safn aðferða sem höfundur þessarar rafbókar hefur rannsakað. Samantektir, aðferðir, ábendingar og brellur eru aðeins meðmæli frá höfundi og lestur þessarar rafbókar mun ekki tryggja að niðurstöður manns muni nákvæmlega endurspegla niðurstöður höfundar. Höfundur rafbókarinnar hefur lagt allt kapp á að veita lesendum rafbókarinnar núverandi og nákvæmar upplýsingar. Höfundur og félagar hans verða ekki ábyrgir fyrir óviljandi villu eða vanrækslu sem kunna að finnast. Efnið í rafbókinni getur innihaldið upplýsingar frá þriðja aðila. Efni frá þriðja aðila samanstanda af

KYNNING

Samkvæmt skilgreiningu eru pönnukökur í grundvallaratriðum steiktur matur flokkaður í stórum dráttum í þrjá flokka:

- Djúpsteiktar kökur úr Chou-mauki eða gerdeigi.
- Bitar af kjöti, sjávarfangi, grænmeti eða ávöxtum húðaðir með deigi og djúpsteiktir.
- Litlar kökur af söxuðum mat í deigi, eins og maísbollur.

Fritters eru einstaklega fjölhæfur matur. Þeir geta verið meðlæti, forréttur, snarl eða eftirréttur. Þeir voru upphaflega kynntir í Japan á 16. öld og hafa verið sífellt vinsælli á þessum áratug.

Grunnráð til að byrja

1. Ekki vera hræddur við olíu. Gakktu úr skugga um að þú bætir nóg á pönnuna því það mun hjálpa til við að gefa kökunum stökku, góðan lit og ljúffengt bragð.

2. Láttu það snarka! Pannan þín þarf að vera rétt upphituð áður en þú eldar. Ef brauðbollan snarkar ekki þegar hún berst á pönnuna, veistu að hún er ekki tilbúin!

3. Ekki yfirfylla pönnuna, því það veldur því að hitinn á pönnunni lækkar, sem leiðir til haltra, ofsoðna pönnu.

Grunnformúlan

Grænmeti + ilmefni og krydd + ostur + bindiefni

KORN, HNETUR & FRÆ FRÆÐIR

1. Fljótlegar pönnukökur með brúnum hrísgrjónum

Afrakstur: 6 skammtar

Hráefni

- 2 bollar Soðin stuttkornin brún hrísgrjón
- ½ bolli Sykur
- 3 egg; barinn
- ½ tsk Salt
- ¼ teskeið Vanilla
- 6 matskeiðar hveiti
- ½ tsk Múskat
- 3 tsk lyftiduft

Blandið saman hrísgrjónum, eggjum, vanillu og múskati og blandið vel saman.

Sigtið þurrefnin saman við og hrærið saman við hrísgrjónablönduna. Setjið skeiðar ofan í heita djúpfitu (360) og steikið þar til þær eru brúnar.

Tæmið á gleypið pappír, stráið flórsykri yfir og berið fram heitt

2. Kórnarbollur _

Afrakstur: 4 skammtar

Hráefni

- 10 aura Grænn risastór frosinn krem stíll
- maísolía til djúpsteikingar
- ½ bolli Hveiti
- ½ bolli Gult maísmjöl
- 1 teskeið Lyftiduft
- 1 teskeið Augnablik hakkað laukur
- ½ teskeið Salt
- 2 egg

Settu óopnaðan maíspoka í heitt vatn í 10 til 15 mínútur til að þiðna.

Hitið 2 til 3 tommur af olíu í 375 gráður í djúpsteikingarpotti eða þungum potti. Í meðalstórri skál, sameina þíðað maís og restina af innihaldsefnum; hrærið þar til það hefur blandast vel saman.

Setjið deigið niður í heita olíu, 375 gráður. Steikið í 2 til 3 mínútur eða þar til þær eru gullinbrúnar. Tæmið á pappírshandklæði

3. Black eyed pea frittur

Afrakstur: 20 skammtar

Hráefni

- ½ pund svarteygðar baunir, lagðar í bleyti
- 4 hver hvítlauksrif, mulin
- 2 tsk Salt
- 1 tsk Svartur pipar
- 4 matskeiðar Vatn
- Olía til steikingar
- Lime safi eftir smekk

Þegar baunir hafa mýkst skaltu nudda hýðið af og leggja í bleyti í 30 mínútur til viðbótar.

Tæmdu og skolaðu.

Vinnið baunir, hvítlauk, salt og pipar í matvinnsluvél

Bætið við vatni á meðan unnið er áfram. Bætið við nægu vatni til að fá slétt, þykkt mauk .

Forhitið ofninn í 250F. Hitið 2 til 3 tommu olíu á stórri pönnu og steikið 1 pott af deiginu þar til það er gullbrúnt. Endurtaktu þar til allt deigið hefur verið steikt á þennan hátt. Geymið í ofni til að halda heitu. Berið fram heitt, salti og limesafa stráð yfir.

4. Hrísgrjónabollur

Afrakstur: 12 skammtar

Hráefni

- 1 pakki Þurr ger
- 2 matskeiðar Heitt vatn
- 1½ bolli soðin hrísgrjón; kælt
- 3 egg; barinn
- 1½ bolli Hveiti
- ½ bolli Sykur
- ½ teskeið Salt
- ¼ teskeið Múskat
- Fita til djúpsteikingar
- Sælgætissykur

Leysið upp ger í volgu vatni. Blandið saman við hrísgrjón og látið standa á heitum stað yfir nótt. Daginn eftir er egg, hveiti, sykur, salt og múskat út í.

Bætið við meira hveiti ef þarf til að gera þykkt deig. Hitið fitu í 370 gráður eða þar til 1 tommu brauðteningur brúnast á 60 sekúndum. Setjið deigið úr matskeið í heita feiti og steikið þar til hann er gullinbrúnn, um það bil 3 mínútur.

Tæmið á pappírshandklæði og stráið flórsykri yfir. Berið fram heitt

5. Bláberja/maísbollur

Afrakstur: 6 skammtar

Hráefni

- ⅔ bolli Hveiti
- ⅓ bolli Maíssterkja
- 2 matskeiðar Sykur
- 1 teskeið Lyftiduft
- ½ teskeið Salt
- ¼ matskeið Múskat , malað
- ⅓ bolli Mjólk
- 2 egg , aðskilin
- Grænmetisolía
- 1½ bolli Bláberjum
- Sælgætissykur & hunang

Í meðalstórri skál, hrærið saman hveiti, maíssterkju, sykri, lyftidufti, salti og múskati.

Í 2 bolla mæliglas, hrærið saman mjólk, eggjarauður og olíu. Hellið í hveitiblönduna. Blandið vel saman. Deigið verður stíft. Hrærið bláberjum saman við. Setja til hliðar.

Í lítilli skál með hrærivél á háu, þeytið eggjahvítur þar til stífir toppar myndast. Brjótið helminginn af barðinu varlega saman með gúmmíspaða eggjahvítur í deigið þar til þær eru vel blandaðar. Blandið síðan afganginum af þeyttum eggjahvítum í deigið,

Bætið brauðdeiginu varlega í matskeiðar, nokkrum í einu, út í heita olíu. Steikið í 3-4 mínútur, snúið einu sinni við, eða þar til kökurnar eru gullinbrúnar.

6. Maísbollur með ídýfingarsósu

Afrakstur: 8 skammtar

Hráefni

- 2 stór egg; barinn
- $\frac{3}{4}$ bolli Mjólk
- 1 teskeið Malað kúmen
- 2 bollar hveiti
- Salt og pipar eftir smekk
- 2 bollar Kornkjarnar
- 3 matskeiðar Steinselja; hakkað

Krydduð appelsínusósa

- $\frac{1}{2}$ bolli Appelsínumarmelaði
- $1\frac{3}{8}$ bolli Ferskur appelsínusafi
- 1 matskeið Engifer; rifið
- $\frac{1}{2}$ teskeið Dijon-stíl sinnep

Þeytið egg og mjólk í skál. Í annarri skál, hrærið kúmeninu yfir hveitið. Kryddið vel með salti og pipar

Þeytið eggjablönduna út í hveitið með þeytara. Hrærið maís og steinselju saman við. Hitið olíu í 375° Slepptu maísblöndunni í heita fituna án þess að troða pönnunni. Steikið, snúið einu sinni, þar til gullbrúnt

Fjarlægðu og tæmdu á pappírshandklæði. Blandið hráefninu í sósuna og berið fram.

7. Karnival pönnukökur

Afrakstur: 18 skammtar

Hráefni

- 1 bolli Heitt vatn
- 8 matskeiðar ósaltað smjör
- 1 matskeið Sykur
- ½ teskeið Salt
- 1 bolli Alhliða hveiti, sigtað
- 4 egg
- 1 teskeið Nýrifinn appelsínubörkur
- 1 teskeið Nýrifinn sítrónubörkur
- 4 bollar hnetuolía
- Sælgætissykur

Blandið vatni, smjöri, sykri og salti saman í lítilli potti og látið suðuna koma upp. Þegar smjörið er bráðið skaltu bæta við hveiti. Hrærið kröftuglega með sleif

Bætið eggjunum út í, einu í einu, þeytið kröftuglega með skeið eftir hverja viðbót. Bætið við rifnum appelsínu- og sítrónubörkunum.

Í djúpri pönnu, hitaðu hnetuolíuna í 300 ° F.

Slepptu deiginu með matskeið í heitu olíuna, ekki meira en 4 eða 5 í einu. Þegar pönnukökurnar eru brúnaðar og blásnar skaltu fjarlægja þær með sleif, tæma þær á pappírshandklæði og stráða sælgætissykri yfir.

8. Garbanzo pönnukökur með perusalsa

Afrakstur: 1 skammtur

Hráefni

- $1\frac{1}{2}$ bolli Soðið garbanzos, tæmt
- 1 teskeið Salt
- 1 meðalstór Idaho kartöflu
- 1 lítið Laukur, gróft rifinn
- 1 matskeið Hveiti
- 2 teskeiðar Heit piparsósa
- 3 Eggjahvítur, létt þeyttar
- 2 ítalskir plómutómatar
- 2 Stífar perur afhýddar, kjarnhreinsaðar og skornar í teninga
- 1 matskeið Ferskur sítrónusafi
- 6 stórir rauðlaukar, saxaðir
- 1 msk Jalapeño paprika

- 1 matskeið Sherry vín edik
- 1 teskeið Hunang

Blandið saman kartöflu, lauk, hveiti og heitri piparsósu í meðalstórri skál. Blandið vel saman til að blanda saman. Bætið garbanzo baunum og eggjahvítum saman við og blandið saman.

Setjið ávalar matskeiðar af deiginu í pönnuna og leyfðu þeim að dreifa sér. Eldið við miðlungs háan hita þar til þær eru gullinbrúnar

Berið fram með Zesty Pear Salsa

9. Kjúklingabaunabrauð með kúskús

Afrakstur: 1 skammtur

Hráefni

- 7 aura kúskús , soðið
- ½ lítil agúrka
- 2 plómutómatar; (afhýðið, fræhreinsað, skorið í teninga)
- 1 lime
- 6 grænir laukar; snyrt
- 1 dós (14oz) kjúklingabaunir skolaðar skolaðar
- ½ teskeið Kóríander eða kóríander og mynta
- 1 rauður chili; fræ smátt saxað
- 1 hvítlauksrif
- Venjulegt hveiti til að rykhreinsa
- 5 aura FF jógúrt

- Salt & nýmalaður pipar
- Paprika /kúmen eftir smekk

Hrærið tómötum, steinselju í kúskús. Haldið lime í helming og kreistið safann út í. Saxið vorlauk smátt í kúskús.

Bætið við kúmeni, kóríander/kóríander, chili og kóríander/kóríander laufum. Saxið hvítlauksrif og bætið við . Setjið gúrkuna í skál og hrærið jógúrtsneiðsla saman við myntu, bætið við með miklu kryddi. Blandið vel saman

Mótaðu kjúklingabaunablönduna í 6 bökunarbollur og stráðu létt með hveiti. Bætið á pönnuna og eldið í nokkrar mínútur .

10. Maís- og piparbollur

Afrakstur: 12 brauðbollur

Hráefni

- $1\frac{1}{4}$ bolli Maís, heilur kjarna, ferskur eða frosinn
- 1 bolli Paprika, rauð; smátt saxað
- 1 bolli Skáli; smátt saxað
- 1 teskeið Jalapeño; fínt söxuð
- 1 teskeið Malað kúmen
- $1\frac{1}{4}$ bolli hveiti
- 2 teskeiðar Lyftiduft
- Salt; að smakka
- Pipar, svartur; að smakka
- 1 bolli Mjólk
- 4 matskeiðar Olía

Setjið maís í blöndunarskál ásamt söxuðum pipar, lauk og heitum pipar. Stráið kúmeni, hveiti, lyftidufti, salti og pipar yfir; hrærið til að blandast saman. Bætið mjólkinni út í og hrærið til að blanda vel saman.

Hellið deiginu í $\frac{1}{4}$ bolla skömmtum í pönnu og eldið þar til gullinbrúnt á báðum hliðum, um það bil 2 mínútur hvor.

11. Chanuka pönnukökur

Afrakstur: 1 skammtur

Hráefni

- 2 Ger, virk þurr umslög Heitt vatn
- 2½ bolli Hveiti; óbleikt allt að 3 Salt
- 2 teskeiðar Anís fræ
- 2 matskeiðar Ólífuolía
- 1 bolli Rúsínur; frælaus dökk
- 1 bolli Ólífuolía til steikingar
- 1½ bolli Hunang
- 2 matskeiðar Sítrónusafi

Blandið saman hveiti, salti og anísfræjum í skál. Bætið uppleystu gerinu smám saman út í og 2 msk ólífuolíu . Hnoðið þar til deigið er slétt og teygjanlegt

Dreifið rúsínunum yfir vinnuflötinn og hnoðið deigið yfir þær. Mótaðu í kúlu .

Hitið olíuna og steikið demantana nokkra í einu, snúið við, þar til þeir eru gullinbrúnir á báðum hliðum.

Hitið hunangið í potti með 2 msk af sítrónusafa og sjóðið í aðeins 3 mínútur. Raðið á disk og hellið heitu hunanginu yfir.

12. Okra brauðbollur

Afrakstur: 1 skammtur

Hráefni

- 1 bolli Sigtað óbleikt hveiti
- $1\frac{1}{2}$ tsk lyftiduft
- 2 tsk Salt
- $\frac{1}{4}$ tsk Malaður svartur pipar
- $\frac{1}{4}$ tsk Rifinn múskat
- 1 klípa Cayenne
- 2 bollar ferskt okra - þunnt sneið

Blandið hráefninu vel saman

Setjið teskeiðar í olíu. Eldið þar til þær eru gullnar, 3-5 mínútur þar til þær fljóta upp og snúið svo við.

Tæmið á pappírshandklæði og berið fram heitt með sósu ef vill.

13. Baunabollur

Afrakstur: 24 franskar

Hráefni

- 1 bolli baunir, svarteygðar
- 2 pipar, rauður, heitur; fræhreinsaður, saxaður
- 2 tsk Salt
- Olía, grænmeti; til steikingar

Leggið baunirnar í bleyti yfir nótt í köldu vatni. Tæmið, nuddið af og fleygið hýðinu, hyljið baunir aftur með köldu vatni og látið liggja í bleyti í 2-3 klukkustundir lengur. Tæmdu, skolaðu og settu í gegnum kjötkvörn með því að nota fínasta blaðið, eða minnkaðu smátt og smátt í rafmagnsblöndunartæki. Malið paprikuna. Bætið salti og papriku við baunirnar og þeytið með tréskeið þar til þær eru léttar og loftkenndar og stækkað talsvert.

Hitið olíuna á þykkri pönnu og steikið blönduna með matskeiðum þar til hún er gullinbrún á báðum hliðum. Tæmið á pappírshandklæði. Berið fram heitt sem meðlæti með drykkjum.

14. Engiferaðar sætkartöflur

Afrakstur: 1 skammtur

Hráefni

- A; (1/2 pund) sæt kartöflu
- 1½ tsk Hakkað afhýdd fersk engiferrót
- 2 tsk ferskur sítrónusafi
- ¼ teskeið Þurrkaðar heitar rauðar piparflögur
- ¼ tsk Salt
- 1 stórt egg
- 5 matskeiðar Alhliða hveiti
- Jurtaolía til djúpsteikingar

Saxið rifna sætu kartöfluna með engiferrótinni, sítrónusafanum, rauðu piparflögunum og salti fínt í matvinnsluvél, bætið egginu og hveitinu út í og blandið blöndunni vel saman.

Hitið $1\frac{1}{2}$ tommu af olíunni í stórum potti og setjið matskeiðar af sætkartöflublöndunni ofan í olíuna þar til þær eru gullnar

Flyttu kökurnar yfir á pappírshandklæði til að tæma þær.

15. Aubergine pönnukökur

Afrakstur: 6 skammtar

Hráefni

- 2 egg, þeytt
- Salt eftir smekk
- 2 matskeiðar Mjólk
- 2 eggaldin (aubergín), fínt skorin
- Olía til djúpsteikingar

Blandið eggjum, salti og mjólk saman til að búa til deig. Dýfið eggaldinsneiðunum í deigið og djúpsteikið húðuðu eggaldinsneiðarnar í olíunni við vægan hita þar til þær eru jafnbrúnar.

16. Pistilhnetur

Afrakstur: 6 skammtar

Hráefni

- ½ pund þistilhjörtu, soðin og skorin í teninga
- 4 egg, aðskilin
- 1 tsk lyftiduft
- 3 Grænir laukar, saxaðir
- 1 matskeið Rifinn sítrónubörkur
- ½ bolli hveiti
- Salt og pipar eftir smekk
- 1 matskeið maíssterkja
- 4 bollar Olía til steikingar, hnetu- eða maísolía

Setjið þistilhjörtu í stóra skál og hrærið eggjarauður og lyftidufti saman við. Bætið við grænum lauk. Brjótið sítrónuberki saman við. Blandið hveiti, salti og pipar saman við. Í sérstakri skál, þeytið eggjahvítur og maíssterkju saman þar til toppar myndast. Brjótið eggjahvítur saman við þistilhjörtublönduna.

Með matskeið, slepptu hálfum dollara stórum dúkkum af brauðdeig í olíu. Steikið þar til þær eru gullinbrúnar

Fjarlægðu pönnukökur með sleif og tæmdu þær á pappírshandklæði.

17. Rabarbara kartöflubrauð

Afrakstur: 1 skammtur

Hráefni

- 8 stilkar rabarbara chard
- 1 bolli hveiti
- $\frac{1}{2}$ tsk Salt
- $\frac{1}{8}$ teskeið paprika
- 1 egg, örlítið þeytt
- 2 matskeiðar Olía eða brætt smjör
- ⅔ bolli Mjólk
- Olía til djúpsteikingar

Blandið saman hveiti, salti, papriku, eggi, olíu eða smjöri og mjólk.

Dýfðu stöngulbútum í þetta deig og hyldu þá vel. Steikið í djúpri fitu hitað í 375 F eða þar til það er nógu heitt til að brúna 1 tommu tening af brauði á 1 mínútu.

Tæmið á brúnum pappír í heitum ofni

18. Fíkjubollur

Afrakstur: 24 Fig

Hráefni

- 24 Þroskaðar fíkjur
- 2 egg, aðskilin
- $\frac{5}{8}$ bolli Mjólk
- 1 matskeið Olía
- 1 klípa Salt
- Rifinn sítrónubörkur
- $20\frac{1}{2}$ aura hveiti
- 1 matskeið Sykur
- Olía til steikingar

Þeytið eggjarauður í skál með mjólk, olíu, salti og sítrónubörk. Hrærið hveiti og sykri saman við og blandið vel saman. Kælið deigið í 2 klst.

Þeytið eggjahvíturnar þar til þær eru stífar og blandið þeim saman við deigið. Dýfið fíkjunum í deigið og steikið þær í djúpri heitri olíu þar til þær eru gullinbrúnar.

Tæmið í stutta stund og stráið sykri yfir. Apríkósur, banana og aðra ávexti má útbúa á sama hátt.

19. Blandað grænmeti með rófubrauði

Afrakstur: 6 skammtar

Hráefni

- ¼ bolli smjör
- 1 bolli Saxaður laukur
- 1 bolli Saxaður grænn laukur
- 2 sellerístilkar, saxaðir
- 2 matskeiðar Fínt söxuð engiferrót
- 2 hvítlauksgeirar, smátt saxaðir
- 1 pund Baby rófur með grænum toppum
- 10 bollar Vatn
- 2 Extra stórir kjúklingabaunir teningur
- ½ bolli þurrt hvítvín eða vatn
- ¼ bolli maíssterkju

- 6 bollar pakkaðir heil fersk spínatlauf
- $1\frac{1}{4}$ tsk malaður svartur pipar
- $\frac{1}{2}$ tsk Salt
- $\frac{1}{4}$ bolli Ósigtað alhliða hveiti
- 1 stórt egg, létt þeytt
- Jurtaolía til steikingar

Undirbúið grænmetið.

Rífið kældar rófur gróft. Blandið saman rifnum rófum, hveitinu, egginu og $\frac{1}{4}$ t sem eftir er af pipar og salti.

Bætið hrúguðum teskeiðum af brauðblöndunni á pönnu og steikið, snúið, þar til brúnt á báðum hliðum

20. Kúrbítsbollur eftirrétt

Afrakstur: 2 skammtar

Hráefni

- 2 egg
- ⅔ bolli Fitulítill kotasæla
- 2 sneiðar Hvítt eða WW brauð mulið
- 6 tsk sykur
- 1 dash salt
- ½ tsk lyftiduft
- 2 tsk jurtaolía
- 1 tsk vanilluþykkni
- ½ tsk malaður kanill
- ¼ tsk Malaður múskat
- ⅛ teskeið Malað pipar
- 2 matskeiðar rúsínur

- 1 bolli Að lokum rifinn kúrbít óafhýddur

Blandið öllu saman nema rúsínum og kúrbít. Blandið þar til slétt. Hellið blöndunni í skál. Hrærið kúrbít og rúsínum í eggjablönduna.

Forhitið nonstick pönnu eða pönnu yfir miðlungs háan hita. Slepptu deiginu á pönnu með stórri skeið og búðu til 4 tommu kökur. Snúðu kökunum varlega þegar brúnirnar virðast þurrar.

21. Blaðlauksbollur

Afrakstur: 4 skammtar

Hráefni

- 4 bollar saxaður blaðlaukur; (um 2 pund)
- 1 matskeið jurtaolía
- 1 matskeið Smjör
- 2 bollar Hakkað súra
- 2 egg
- $\frac{1}{4}$ bolli hveiti
- $\frac{1}{4}$ tsk Þurrkaður sítrónubörkur
- $\frac{1}{4}$ tsk sætt karrýduft
- $\frac{1}{4}$ tsk hvítur pipar
- $\frac{1}{2}$ tsk Salt
- Sýrður rjómi

Steikið blaðlaukinn í olíunni og smjörinu í um 7 mínútur þar til hann er eldaður, en ekki brúnaður

Bætið sorrel út í og eldið í 7 mínútur í viðbót, eða svo, þar til það er visnað. Þegar það er kólnað, þeytið saman egg, hveiti og krydd. Bætið við blaðlauk.

Hitið um $\frac{1}{4}$ bolli jurtaolíu á pönnu. Hellið nægilega blaðlauksblöndu út í til að mynda 2-$\frac{1}{2}$"-3" pönnuköku. Eldið 2-3 mínútur á fyrstu hliðinni, þar til það er ljósbrúnt, snúið við og eldið um 2 mínútur á annarri hliðinni.

Tæmið á pappírshandklæði og berið fram.

22. Linsubaunir og rauðrófuvínaigrette

Afrakstur: 4 skammtar

Hráefni

- $\frac{1}{4}$ pund Rauðar linsubaunir; eldað
- 1 msk Saxað ferskt dill
- 1 tsk paprika
- $\frac{1}{2}$ tsk Salt
- $\frac{3}{4}$ pund Rauðar kartöflur; skrældar
- Ólífuolía; til steikingar
- $\frac{1}{4}$ pund rófa grænmeti; stilkar fjarlægðir
- 1 matskeið Balsamic edik
- $\frac{1}{2}$ tsk Steinmalað sinnep
- $\frac{1}{2}$ tsk kapers
- Salt

- Nýmalaður svartur pipar
- 3 matskeiðar Extra virgin ólífuolía

Setjið linsubaunamaukið í skál, hrærið dilli, papriku og $\frac{1}{2}$ teskeið salti saman við. Rífið kartöflurnar í skálina og hrærið til að blandast saman.

Mótið linsubaunablönduna í pönnukökur á stærð við hálfa dollur og steikið í þunnu lagi af olíu þar til þær eru brúnar

Dressing: Setjið edik, sinnep, kapers, salt og pipar í litla skál. Þeytið ólífuolíu út í þar til hún er blandað saman. Sjóðið rauðrófuskálið í söltu vatni þar til það er visnað. Berið fram

23. Eggaldinbollur

Afrakstur: 4 skammtar

Hráefni

- 1 lítið eggaldin
- 1 tsk edik
- 1 egg
- $\frac{1}{4}$ tsk Salt
- 3 matskeiðar hveiti
- $\frac{1}{2}$ tsk lyftiduft

Afhýðið og skerið eggaldin. Eldið þar til það er mjúkt í sjóðandi, söltu vatni. Bætið ediki út í og látið standa í eina mínútu til að koma í veg fyrir mislitun. Tæmið eggaldin og maukið. Blandið öðru hráefninu út í og sleppið úr skeiðinni í heita fitu, snúið bökunum þannig að þær brúnist jafnt. Tæmið vel á pappírsþurrku og haldið heitu.

Bæta má smátt skornum lauk, steinselju o.s.frv.

24. Karríaðar gulrótarbollur

Afrakstur: 1 skammtur

Hráefni

- $\frac{1}{2}$ bolli hveiti
- 1 egg, örlítið þeytt
- 1 tsk karrýduft
- $\frac{1}{2}$ pund gulrætur
- $\frac{1}{4}$ tsk Salt
- $\frac{1}{2}$ bolli Flat bjór
- 1 Eggjahvíta

Blandið saman hveiti, salti, eggi, 1 matskeið af jurtaolíu og bjór til að gera slétt deig.

Hrærið karrýdufti saman við. Þeytið eggjahvítu þar til þær eru stífar og blandið í deigið. Blandið gulrótum varlega saman við.

Setjið stórar skeiðar af blöndunni í 375 gráðu jurtaolíu og eldið um eina mínútu á hvorri hlið.

25. Steiktar ertubollur

Afrakstur: 4 skammtar

Hráefni

- 2 bollar Akurbaunir (soðnar)
- 1 bolli hveiti
- 2 tsk lyftiduft
- 1 tsk pipar
- ½ tsk Salt
- 1 msk karrýduft
- 2 egg
- 1½ bolli Mjólk

Blandið öllum þurrefnum saman. Þeytið egg og mjólk. Bætið við hveitiblönduna. Hrærið soðnum baunum varlega saman við.

Slepptu úr skeiðinni í ¾ tommu heita fitu. Steikið þar til ljósbrúnt. Þjónar 4 til 5

26. Fylltar kartöflur

Afrakstur: 1 skammtur

Hráefni

- ¼ bolli maísolía
- 3 miðlungs (1-1/2 bollar) laukur; hakkað
- 1 pund nautahakk
- 1 tsk Salt
- ½ tsk pipar
- 3 pund kartöflur; eldað og maukað
- 1 egg; barinn
- 1 tsk salt; eða eftir smekk
- ½ tsk malaður kanill
- ½ tsk pipar
- 1 bolli Matzoh máltíð

Hitið olíu á pönnu og steikið laukinn við meðalhita þar til hann er gullinn. Bætið nautakjöti, salti og pipar út í og hrærið þar til blandan er þurr og allur vökvi hefur gufað upp. Bætið við kartöflumús.

Mótaðu $\frac{1}{2}$ bolla af kartöfludeigi í hring í lófa. Setjið 1 rausnarlega fyllingu í miðjuna og brjótið deigið saman í örlítið flattaða pylsuform

Steikið á pönnu í olíu við meðalhita þar til það er brúnt á báðum hliðum.

27. Sveppasöngur

Afrakstur: 6 skammtar

Hráefni

- 1 bolli alhliða hveiti
- 1 12 oz dós af bjór
- 1½ tsk Salt
- ¼ tsk Svartur pipar
- 1 tsk paprika
- 1 pund Sveppir
- Sítrónusafi
- Salt
- 4 bollar Olía til steikingar

Undirbúið deigið með því að blanda öllu nema sveppum, salti og sítrónu þar til það er slétt.

Stráið sveppum yfir smá sítrónusafa og salti.

Dýfðu sveppum í deigið og settu í heita olíu þar til hann er gullinn. Geymið sveppi sem þegar eru soðnir á plötu klæddri gleypnu pappír í lágum ofni.

28. Laukur bhajiyas / laukur

Afrakstur: 6 skammtar

Hráefni

- $1\frac{1}{2}$ bolli linsubaunir eða kjúklingabaunamjöl
- 1 tsk Salt eða eftir smekk
- 1 klípa matarsódi
- 1 matskeið Möluð hrísgrjón
- Klípið kúmen/chili duft/kóríander
- 1 til 2 ferskur grænn chilipipar
- 2 stórir laukar, skornir í hringi og aðskildir
- Olía til djúpsteikingar

Sigtið hveitið og bætið við salti, matarsóda, möluðum hrísgrjónum, kúmeni, kóríander, chilidufti og grænum chilipipar; blandið vel saman. Bætið nú lauknum út í og blandið vel saman.

Bætið vatni smám saman út í og haltu áfram að blanda þar til mjúkt þykkt deig myndast.

Hitið olíuna og steikið pönnukökur varlega til að tryggja að deigið í miðjunni haldist mjúkt en að utan verði gullbrúnt og stökkt. Þetta ætti að taka um 12 til 12 mínútur í hverri lotu.

Tæmdu kökurnar á pappírshandklæði.

29. Pakor a

Afrakstur: 12 skammtar

Hráefni

- 1 bolli Kjúklingabaunamjöl
- $\frac{1}{2}$ bolli óbleikt alhliða hveiti
- $\frac{1}{2}$ tsk matarsódi
- $\frac{3}{4}$ tsk Rjómi af vínsteini
- $\frac{1}{4}$ tsk sjávarsalt
- 1 tsk kúmenduft og kóríanderduft
- 1 tsk túrmerik og cayenne pipar
- 2 matskeiðar sítrónusafi
- 1 bolli sneiðar kartöflur
- 1 bolli Blómkálsblóm
- 1 bolli niðurskorin paprika

Blandið saman hveiti, matarsóda, vínsteinsrjóma, salti og kryddi.

Hrærið vatni og sítrónusafa smám saman út í til að fá slétt deig sem er eins og þungur rjómi. Setja til hliðar.

Dýfðu grænmeti í deig til að hjúpa. Sökkvið í heita olíu, snúið til að elda jafnt, þar til gullinbrúnt, um 5 mínútur. Fjarlægðu með sleif og tæmdu á gleypið pappír.

30. Parsnip og gulrótarbrauð

Afrakstur: 4 skammtar

Hráefni

- 225 grömm Parsnip; rifið
- 2 miðlungs gulrætur; rifið
- 1 laukur; rifið
- 3 matskeiðar ferskur niðurskorinn graslaukur
- Salt og nýmalaður svartur pipar
- 2 meðalstór egg
- $\frac{1}{2}$ pakki Svínapylsur
- 100 grömm sterkur cheddar ostur
- 40 grömm venjulegt hveiti
- 2 matskeiðar Fersk saxuð steinselja

Blandið saman pastinak, gulrótum, lauk, graslauk, kryddi og einu eggi þar til það hefur blandast vel saman. Skiptið í fernt, fletjið út í grófar pönnukökur.

Hitið stóra pönnu og eldið pylsurnar í 10 mínútur, snúið öðru hverju þar til þær eru gullnar.

Á meðan bætið þið pönnukökunum á pönnuna og steikið í 3 mínútur á hvorri hlið þar til þær eru gullnar

Blandið saman restinni af hráefnunum til að mynda þétt deig og rúllið í stórt form. Skerið í fernt. Saxið pylsurnar og skiptið á milli bökunar. Toppið hvern með ostasneið.

Setjið undir forhitað grillið og eldið í 5-8 mínútur þar til það er freyðandi og bráðnað. Berið fram strax skreytt með graslauk og chutney.

31. Pomme frites/patatine franskar

Afrakstur: 4 skammtar

Hráefni

- 1 pund rússuðu kartöflur
- 4 lítrar Virgin ólífuolía
- Salt og pipar

Skerið kartöflur í jafnstórar sneiðar í fingurstærð og setjið í nýtt kalt vatn.

Hitið olíu í 385 F í potti tvöfalt rúmmál olíunnar

Bætið kartöflum einni handfylli í einu út í og eldið þar til þær eru gullinbrúnar. Takið af og látið renna af á pappír, kryddið með salti og pipar og berið fram með majónesi

32. Kartöflu- og valhnetubrauð

Afrakstur: 4 skammtar

Hráefni

- 2 sjóðandi kartöflur
- Salt
- 2 stór egg
- $\frac{1}{2}$ bolli Saxaðar valhnetur
- Nýmalaður pipar
- 5 bollar jurtaolía, til djúpsteikingar

Hitið olíu til djúpsteikingar í 360 gráður

Búðu til brauðbollur úr blöndu en ekki troða þeim í olíu. Steikið í 2-3 mínútur eða þar til þær eru gullinbrúnar á öllum hliðum.

Flyttu yfir á bakka klædda pappírsþurrku.

33. Graskerbollur

Afrakstur: 1 skammtur

Hráefni

- 4 bollar Soðið maukað grasker
- 2 egg
- 1 bolli hveiti
- 1 klípa Salt
- 1 tsk lyftiduft
- 2 matskeiðar hrúgaðar af sykri
- 250 ml sykur
- 500 millilítra vatn
- 500 millilítra mjólk
- 30 millilítra smjörlíki
- 20 millilítra maíssterkju blandað með vatni

Blandið öllu hráefninu saman, búið til mjúkt deig og steikið skeiðar í grunnri olíu þar til báðar hliðar eru léttbrúnar.

Tæmið á pappír og berið fram volga með kanilsykri eða karamellusósu.

34. Spínatbollur

Afrakstur: 4 skammtar

Hráefni

- 1 pund Ferskt spínat eða annað
- Grænmeti að eigin vali
- 3 stór egg
- 2 matskeiðar Mjólk
- 1 tsk Salt
- $\frac{1}{2}$ tsk pipar
- 2 matskeiðar Hakkaður laukur
- 1 matskeið saxað sellerí
- 1 matskeið hveiti
- Matarolía

Skolið spínatið vel, skolið af og saxið það fínt.

Skiljið eggin að og þeytið hvíturnar þar til þær standa í mjúkum toppum.

Blandið eggjarauðunum saman við mjólk, salt, pipar, lauk, sellerí og hveiti. Blandið þeyttu eggjahvítunum og spínatinu saman við og blandið vel saman.

Mótaðu í 8 3 tommu kökur og steiktu í matarolíu þar til þau eru brún.

35. Djúpsteiktar tófúbollur

Afrakstur: 4 skammtar

Hráefni

- 50 grömm sjálf lyftandi hveiti
- Salt og nýmalaður pipar
- Jurtaolía til steikingar
- 285 g tofu; skera í bita
- 2 matskeiðar púðursykur
- 2 matskeiðar rauðvínsedik
- 300 grömm Blönduð ber
- 2 skallottur; fínt skorið í teninga

Gerðu salsa. Setjið edikið og sykurinn á pönnu og hitið varlega til að leysa upp sykurinn. Bætið berjum og skalottlaukum út í og steikið varlega í 10 mínútur þar til það er mjúkt. Látið kólna.

Búið til deigið, setjið hveitið í skál og hrærið vatninu smám saman út í.

Hitið olíuna á djúpri pönnu þar til hún er orðin heit. Dýfið tófúinu í deigið og djúpsteikið í 1-2 mínútur þar til deigið er stökkt.

36. Tómatskökur

Afrakstur: 16 skammtar

Hráefni

- 1 ⅓ bolli plómutómatar, fræhreinsaðir, skornir í teninga
- ⅔ bolli kúrbít, smátt skorinn
- ½ bolli laukur, smátt saxaður
- 2 matskeiðar myntulauf, saxað
- ½ bolli alhliða hveiti
- ¾ tsk lyftiduft
- ½ tsk Salt
- ½ tsk pipar
- Klípa kanil
- Ólífuolía til steikingar

Blandið saman hægelduðum tómötum, kúrbít, lauk og myntu í lítilli skál

Blandið saman hveiti, lyftidufti, salti og pipar og kanil í meðalstórri skál. Hrærið grænmeti í þurrt hráefni.

Hitið ólífuolíu á stórri pönnu sem festist ekki og setjið deigið niður í olíu með ávölum matskeið. Eldið þar til gullið er brúnt, um það bil 2 mínútur á hvorri hlið.

Tæmið á pappírshandklæði, berið fram heitt.

ÁVÍTAFRITTAR

37. Hollenskar eplabollur

Afrakstur: 4 skammtar

Hráefni

- 8 stór epli afhýdd, kjarnhreinsuð
- 2 bollar alhliða hveiti, sigtað
- 12 aura Öl
- $\frac{1}{2}$ tsk Salt
- Olía, svínafeiti eða stýfing
- Sælgætissykur

Skerið skræld og kjarnhreinsuð eplin í sneiðar eða skerið í hringi á ⅓ tommu þykkt.

Blandið saman öli, hveiti og salti með þeytara, þar til blandan er slétt og dýfið síðan eplasneiðum í blönduna.

Steikið í djúpri fitu eða í 1 tommu af olíu í þungri pönnu við 370° steikingarhita.
Tæmdu

38. Epli-appelsínubollur

Afrakstur: 18 skammtar

Hráefni

- 1 bolli Mjólk
- 1 Appelsína, börkur og safi
- 1 egg, þeytt
- 1 bolli Epli, gróft hakkað
- 4 matskeiðar smjörlíki
- 3 bollar kökumjöl
- $\frac{1}{4}$ bolli sykur
- 2 tsk lyftiduft
- $\frac{1}{2}$ tsk Salt
- 1 tsk Vanilla

Þeytið egg. Blandið saman mjólk, eggi og bræddu smjörlíki í blöndunarskál. Bætið appelsínusafanum, börknum, söxuðum eplum og vanillu saman við.

Sigtið saman hveiti, salt, lyftiduft. Hrærið í mjólkurblönduna með skeið þar til það er blandað saman.

Hitið olíu á pönnu í 350~. Slepptu enda matskeiðarinnar í heita olíu. Steikið að gullbrúnt. Snúið svo þær brúnast jafnt. Látið kólna.

39. Bananabollur í tempura deigi

Afrakstur: 1 skammtur

Hráefni

- 5 bananar
- Hveiti til að dýpka banana
- Grænmetisolía til djúpsteikingar
- 1 egg
- 125 millilítrar Hveiti sigtað
- 1/2 tsk. matarsódi
- Hunang

Blandið hráefninu í deigið með písk þar til það er nokkuð froðukennt.

Skerið bananana í 1 tommu / 2½ cm bita. Veltið þeim upp úr hveitinu þar til þeir eru létthúðaðir.

Dýfðu nokkrum bananabitum í deigið og steiktu þar til gullið. Tæmið á pappírshandklæði. Gerðu í litlum skömmtum þar til þau eru öll tilbúin.

Hitið hunang í potti þar til það er fljótandi og heitt; hella þessu yfir bananana.

40. Aprikósubollur

Afrakstur: 8 skammtar

Hráefni

- 12 litlar apríkósur
- 12 heilar möndlur
- 2 matskeiðar hvítt romm
- ½ bolli óbleikt alhliða hveiti
- ½ bolli maíssterkju
- 3 matskeiðar Sykur
- ½ tsk Salt
- ½ tsk kanill
- ½ tsk lyftiduft
- ½ bolli vatn; plús
- 1 matskeið Vatn
- 3 matskeiðar Brædd smjör
- 1½ lítri jurtaolía; til steikingar

- Sælgætissykur

Setjið apríkósurnar í skál og stráið rifu hliðunum yfir romminu.

Fyrir deigið er þurrefnunum blandað saman í skál og vatninu blandað saman við og síðan bræddu smjörinu.

Dýfðu apríkósunum í deigið með gaffli þar til þær eru djúpgylltar og apríkósurnar soðnar

41. Benya bananabollur

Afrakstur: 1 skammtur

Hráefni

- 1 pakki af ger
- 1 bolli Heitt vatn
- Sykur
- 10 Mjög mjúkir bananar
- 3 matskeiðar kanill
- 2 matskeiðar Múskat
- 2½ pund hveiti
- 1½ pund sykur
- Rifinn börkur af appelsínu
- ¼ tsk Salt

Bætið gerinu út í heitt vatn og stráið smá sykri yfir. Lokið og látið standa til að hefja lyftingarferlið.

Maukið bananana vandlega í stórri blöndunarskál með geri. Bætið við kanil, múskati, hveiti, sykri, rifnum appelsínubörk og salti. Blandið vandlega saman og látið standa yfir nótt. Blandan mun hækka og þrefaldast að magni.

Slepptu skeiðar í djúpri fitu; steikið þar til það er brúnt. Berið fram annað hvort heitt eða kalt

42. Langoustine og bananabrauð

Afrakstur: 1 skammtur

Hráefni

- 4 Þykknar langreyðar
- 1 banani
- 8 aura maísmjöl
- 8 aura venjulegt hveiti
- 1 únsa lyftiduft
- 3½ matskeið tómatsósa
- ¼ pint edik
- Salt og pipar

Setjið maísmjölið, hveiti, salt og pipar í blöndunarskál. Bætið tómatsósu og ediki út í og þeytið saman til slétts deigs. Bætið lyftiduftinu út í.

Hitið pönnu eða rafmagnssteikingu í 175-180C.

Afhýðið langoustínurnar og hreinsið úr þörmunum. Kljúfið langoustínunum í og setjið bananabita niður í miðjuna. Festið saman með kokteilstöng. Dýfið í deigið og djúpsteikið.

43. Niðursoðnar ferskjubollur

Afrakstur: 4 -5 skammtar

Hráefni

- 1 dós (29 oz) sneiðar ferskjur
- 1 bolli Hveiti-sigtað ÁÐUR en mælt er
- ½ tsk Salt
- 1 tsk lyftiduft
- 2 egg; barinn
- 1 matskeið Bráðin stýting
- ½ bolli nýmjólk
- Grænmetisolía

Tæmið ferskjurnar og stráið hveiti yfir. Sigtið hveiti með salti og lyftidufti. Bætið við vel þeyttum eggjum, bræddu matfetti og mjólk. Blandið vel saman.

Dýfðu ávöxtum í deigið með gaffli með löngum skaftum. Leyfðu umframdeiginu að renna af.

Setjið ávextina niður í heita olíu (375) og steikið í 2-3 mínútur eða þar til þeir eru ljósbrúnir

Tæmið á pappírshandklæði. Stráið flórsykri yfir.

44. Karabíska ananasbollur

Afrakstur: 1 skammtur

Hráefni

- 2 bollar ferskur ananas; skera í bita
- 1 Habanero chile pipar; fræhreinsað og saxað
- 5 graslaukur; fínt söxuð
- 1 laukur; hakkað
- 2 hvítlauksrif; maukað & hakkað
- 8 grænir laukar; hakkað
- $\frac{1}{2}$ tsk túrmerik
- $1\frac{1}{4}$ bolli hveiti
- $\frac{1}{2}$ bolli mjólk; eða meira
- $\frac{1}{2}$ bolli jurtaolía; til steikingar
- 2 egg; barinn
- Salt og pipar

- Ananashringir; til skrauts

Blandið fyrstu sjö hráefnunum; setja til hliðar.

Blandið hveiti, mjólk, eggjum og salti og pipar saman og þeytið vel með rafmagnshrærivél. Eftir 4 klukkustundir, blandið ávöxtum saman við deig.

Hitið jurtaolíuna í djúpri pönnu. Setjið deigið út í með skeiðum og steikið í um það bil 5 mínútur, eða þar til þær eru gullinbrúnar.

Fjarlægðu kökurnar og tæmdu þær á pappírshandklæði. Berið fram kalt

45. Elderberjabollur

Afrakstur: 4 skammtar

Hráefni

- 200 grömm hveiti (1 3/4 bollar)
- 2 egg
- $\frac{1}{8}$ lítra mjólk (1/2 bolli auk 1/2 msk)
- Lítið klípa salt
- 16 Elderberjablóm með stilkum
- Sykur til að rykhreinsa
- 750 grömm svínafeiti eða stýting til steikingar

Blandið hveiti, eggjum, salti og mjólk saman í pönnukökudeig með þeytara. Skolið elderberry blómin nokkrum sinnum og þurrkið síðan með pappírshandklæði.

Dýfið blómunum í stutta stund í deigið og djúpsteikið þar til þær eru gullinbrúnar. Stráið sykri yfir og berið fram.

46. Ávaxta- og grænmetisbollur

Afrakstur: 1 skammtur

Hráefni

- 1 bolli alhliða hveiti
- 1 tsk lyftiduft
- 14 teskeiðar Salt
- 2 stór egg
- 2 tsk Sykur
- ⅔ bolli Mjólk
- 1 tsk salatolía
- ½ tsk sítrónusafi
- Blandaðir ávextir
- Blandað grænmeti

Sigtið hveiti, lyftiduft og salt saman við. Þeytið eggin þar til þau eru létt og ljós. Bætið við sykri, mjólk, olíu og skvettu af sítrónusafa; bætið hveitiblöndunni saman við og hrærið aðeins nógu lengi til að bleyta. Bætið ögn af kanil út í hveitið þegar þið búið til ávaxtabrauð.

Ávextir: Epli: Afhýðið, kjarnhreinsið og skerið í ½ tommu sneiðar. Bananar: Skerið í bita og stráið sítrónusafa og sykri yfir. Notaðu niðursoðnar ferskjur, ananas osfrv. með því að tæma; stráið hveiti mjög létt yfir áður en það er dýft í deig.

Grænmeti: Skerið í jafnstóra bita til að halda steikingartímanum óbreyttum.

Hitið olíu í djúpri pönnu og eldið kökurnar þar til þær verða fínlega brúnar, hellið síðan af á pappírshandklæði.

47. Ávaxtabrauð með sítrónu-bourbon sósu

Afrakstur: 32 skammtar

Hráefni

- ¾ bolli hveiti, til allra nota
- ½ tsk lyftiduft
- 1 egg, þeytt
- 1 msk Smjör eða smjörlíki, brætt
- ⅓ bolli sykur
- 1 matskeið maíssterkja
- ¾ bolli Vatn
- 2 matskeiðar Smjör eða smjörlíki
- 1 tsk Vanilla
- 4 epli, 4 perur, 4 bananar
- ¼ bolli Bourbon
- Sítrónubörkur og 4 tsk sítrónusafi

Sigtið saman hveiti, sykur og lyftiduft.

Blandið saman eggi, vatni, smjöri og vanillu; hrærið saman við þurrefnin þar til það er bara blandað saman.

Dýfðu ávaxtasneið í deig; Setjið í heita olíu og steikið þar til þær eru gullnar á báðum hliðum.

Sítrónu-BOURBON SÓSA: Blandið saman sykri og maíssterkju í litlum potti; hrærið í vatni. Eldið, hrærið stöðugt, þar til blandan sýður og þykknar. Hrærið smjöri út í. Bætið við bourbon, sítrónubörk og safa; blandið vel saman.

48. Northern njósnari eplabrauð

Afrakstur: 15 skammtar

Hráefni

- ¾ bolli Gult maísmjöl
- ½ bolli alhliða hveiti
- 2 matskeiðar lyftiduft
- 6 matskeiðar Sykur
- 1 klípa af salti
- 1 egg
- ½ bolli Mjólk
- 1½ bolli jurtaolía til steikingar
- 1 Northern Spy epli, skrælt
- 2 matskeiðar jurtaolía
- Sælgætissykur til skrauts

Blandið saman öllum þurrefnum nema sælgætissykrinum

Bætið fljótandi innihaldsefnum út í (fyrir utan $1\frac{1}{2}$ bolla af olíu) einu í einu og hrærið á milli þess að bæta við. Blandið epli út í. Látið deigið sitja í 10 mínútur.

Hitið olíuna þar til hún klikkar, ekki alveg að reykingarmarki. Slepptu deiginu í olíuna og taktu það á pappírshandklæði þegar það er gullbrúnt.

Stráið sælgætissykri yfir og berið fram.

49. Ananas bananabollur

Afrakstur: 1 skammtur

Hráefni

- 1 ⅓ bolli alhliða hveiti
- 1½ tsk tvívirkt lyftiduft
- 3 matskeiðar Kornsykur
- 1 tsk Malað engifer
- ¾ bolli Saxaður ferskur ananas; tæmd
- ¾ bolli saxaður banani
- ½ bolli Mjólk
- 1 stórt egg; barinn létt
- Jurtaolía til djúpsteikingar
- Sælgætissykur til að rykhreinsa

Sigtið saman hveiti, lyftiduft, strásykur, engifer og klípa af salti.

Blandið ananum, banananum, mjólkinni og egginu vel saman í skál, bætið hveitiblöndunni saman við og hrærið deigið þar til það hefur blandast saman.

Slepptu deiginu um matskeiðar í olíuna í lotum og steiktu kökurnar, snúðu þeim, í 1 til 1 ½ mínútu, eða þar til þær eru gullnar.

Flyttu kökurnar með skeið yfir í pappírsþurrkur til að tæma þær og sigtaðu sykri frá sælgætisgerðunum yfir þær.

50. Steiktar perubollur

Afrakstur: 1 skammtur

Hráefni

- 1 Uppskrift Hefðbundin súrmjólkurkex
- Grænmetisolía
- 1 flöskuport
- 1 bolli Vatn
- 1 kanilstöng
- 3 heilir negull
- ½ tsk Múskat
- 1 klípa Mace
- 4 perur; skrældar

Setjið hráefnin í pott og látið suðuna koma upp, bætið við perum. Sjóðið þar til perurnar eru örlítið soðnar í 15 til 20 mínútur.

Þegar það hefur kólnað skaltu fjarlægja perurnar og sía vökvann, setja aftur í pottinn og láta suðuna koma upp. Minnka um helming og taka af hita. Skerið perurnar í fernt, fjarlægið fræin.

Rúllaðu deiginu tvisvar sinnum á lengd perubreiddarinnar og eins lengi og þú getur fengið það $\frac{1}{8}$- til $\frac{1}{4}$ tommu þykkt. Setjið perurnar á deigið, brjótið deigið yfir og skerið með sætabrauðshjóli. Endurtaktu þar til deigið og perurnar eru allar notaðar.

Bakið kex.

SJÁVARÚTUR RFRITTERS

51. Steinbítsbollur

Afrakstur: 8 skammtar

Hráefni

- $1\frac{1}{2}$ bolli hveiti, til allra nota
- 1 tsk Salt pipar
- 2 meðalstór egg
- 3 matskeiðar Smjör, ósaltað; brætt, kælt
- 1 bolli Mjólk, heil
- $\frac{1}{2}$ pund Salt þorskur
- 1 hver pipar, heitur; sáð
- 2 hver kál; saxað fínt
- 1 hver hvítlauksrif; mulið
- 1 matskeið steinselja; hakkað
- $\frac{1}{2}$ tsk timjan
- 1 hvert kryddber; jörð

Sigtið hveiti og salt í skál. Þeytið egg með smjöri og bætið út í hveitiblönduna. Bætið mjólkinni smám saman út í, hrærið aðeins til að blandast saman. Bætið við meiri mjólk ef deigið er of stíft.

Pundið fisk í mortéli með heitum pipar

Bætið lauk, hvítlauk, steinselju, timjan, pipar og svörtum pipar út í eftir smekk. Hrærið í deigið

Hitið olíu og steikið blönduna með því að hrúga matskeiðum þar til hún er gullinbrún.

52. Þorskfiskur

Afrakstur: 14 kökur

Hráefni

- ½ pund Þurrkaður saltþorskur, soðinn og rifinn
- Jurtaolía til djúpsteikingar
- 1½ bolli Ósigtað alhliða hveiti
- ½ tsk lyftiduft
- ½ tsk klikkaður svartur pipar
- ¼ tsk Salt
- 2 stórar eggjahvítur
- 2 hvítlauksgeirar, muldir
- 2 matskeiðar Hakkað fersk kóríanderlauf

Blandið saman hveiti, lyftidufti, svörtum pipar og salti í stórri skál.

Þeytið eggjahvítur í lítilli skál þar til þær eru froðukenndar - bætið þeyttum eggjahvítum og vatni við hveitiblönduna til að búa til deig. Bætið við rifnum saltþorski, hvítlauk og söxuðum ferskum kóríanderlaufum; hrærið þar til það hefur blandast vel saman.

Setjið hrúgafullar matskeiðar af deigi í lotur í heita olíu og steikið í 12 mínútur.

Tæmið á pappírshandklæði og berið fram heitt á borðplötu; skreytið með kóríander.

53. Fisk- og krabbakjötsbollur

Afrakstur: 1 skammtur

Hráefni

- 12 aura Ferskur eða frosinn þorskur
- 6 aura eftirlíkingu af krabbakjöti
- 2 egg; barinn
- 1/2 bolli hveiti
- 1 grænn laukur; smátt saxað
- $\frac{1}{2}$ tsk Fínt rifinn sítrónubörkur
- 1 tsk sítrónusafi
- 1 hvítlauksgeiri; mulið
- $\frac{1}{4}$ tsk Salt
- $\frac{1}{2}$ tsk pipar
- Matarolía

Blandið saman fiskkrabba, eggjum, hveiti, lauk, sítrónuberki, sítrónusafa, hvítlauk, salti og pipar í blandaraílát eða matvinnsluskál. Lokið og blandið þar til slétt.

Olía pönnu létt og hita

Setjið um $\frac{1}{4}$ bolla af deigi á pönnu og dreifið í 3 tommu í þvermál bökunarbolla

Eldið 3 mínútur á hlið eða þar til þær eru gullnar

54. cape cod samloka & maísbollur

Afrakstur: 1 skammtur

Hráefni

- 2 egg, vel þeytt
- $\frac{1}{4}$ bolli Clam vökvi
- $\frac{1}{4}$ bolli Mjólk
- 1 matskeið Olía
- $1\frac{1}{2}$ bolli hveiti
- 1 tsk lyftiduft Salt eftir smekk
- 1 bolli Vel tæmd kjarnamaís
- $\frac{1}{2}$ bolli Vel tæmd hakkað samloka

Þeytið egg; bætið við mjólk, samlokuvökva, olíu og þeytið þar til það hefur blandast vel saman.

Hrærið hveiti, lyftidufti og salti saman við eftir smekk. Þeytið þar til það er vel blandað. Bætið við maís og samlokum.

Setjið vel ávalar matskeiðar í heita olíu.
Eldið þar til það er brúnt á báðum hliðum.
Tæmið á pappírshandklæði.

55. Konukökur

Afrakstur: 50 skammtar

Hráefni

- 2 pund Conch, smátt saxað
- 1 bolli lime safi
- $\frac{1}{4}$ bolli Ólífuolía
- 1 græn paprika
- 1 rauð paprika
- 1 stór laukur, fínt saxaður
- 4 egg, þeytt
- 2 bollar hveiti
- 1 tsk Salt
- 1 tsk Cajun krydd
- 6 strokur Tabasco sósa
- 3 tsk lyftiduft
- 5 matskeiðar smjörlíki, brætt

- Jurtaolía til steikingar

Láttu fiskmarkaðinn setja konuk í gegnum mýrara. Marineraðu konuk í 1 bolla limesafa og $\frac{1}{4}$ bolli af ólífuolíu í að minnsta kosti 30 mínútur; holræsi.

Blandið öllu hráefninu saman. Steikið í heitri jurtaolíu þar til þær eru gullnar, um 3-5 mínútur. Berið fram með rauðri kokteilsósu eða tartarsósu.

56. Niðursoðnar samlokubollur

Afrakstur: 12 skammtar

Hráefni

- 1 egg; vel sleginn
- $\frac{1}{2}$ tsk Salt
- $\frac{1}{8}$ teskeið Svartur pipar
- ⅔ bolli Hvítt hveiti
- 1 tsk lyftiduft
- $\frac{1}{4}$ bolli úr dós samlokusoði eða mjólk
- 1 matskeið smjör; bráðnað
- 1 bolli Hakkað niðursoðinn samloka; tæmd
- Olía eða hreinsað smjör
- $\frac{1}{4}$ bolli sýrður rjómi eða jógúrt
- 1 tsk dill; estragon eða timjan

Blandið öllu hráefninu varlega saman, bætið samlokunum við síðast. Setjið 2 hrúgafullar matskeiðar af hverri pönnu á heita smurða pönnu eða járnpönnu.

Þegar loftbólur brotna skaltu snúa bökunum.

Berið fram heitt með ögn af sýrðum rjóma, jógúrt eða tartarsósu.

57. Krabbi- og avókadóbollur

Afrakstur: 4 skammtar

Hráefni

- 2 pund krabbakjöt
- Salt
- 1 bolli Hægeldaður grænn laukur
- ¼ bolli Þurrt brauðrasp
- 1 meðalstórt avókadó, afhýtt og skorið
- Maísolía til djúpsteikingar
- Hveiti
- Þunnt skorinn grænn laukur
- 2 egg
- ½ bolli heitt chili salsa

Blandið saman krabba, 1 c grænum lauk og avókadó í stórri skál. Blandið eggjum, salsa og salti; bæta við krabba. Blandið brauðmylsnu saman við. Myndaðu blönduna í 1½ tommu kúlur.

Hellið olíu í stóra pönnu að 3 tommum dýpi.

Hitið í 350 gráður

Dustið pönnukökur með hveiti. Hellið varlega í olíu í lotum (ekki fjölmenna) og eldið þar til það er gullbrúnt, um það bil 2 mínútur á hlið.

Tæmið á pappírshandklæði. Flyttu yfir á tilbúna plötu og haltu heitu í ofni þar til allt er eldað. Skreytið með grænum laukskífum og berið fram strax

58. Krákfiskbollur

Afrakstur: 6 skammtar

Hráefni

- 1 bolli Crawfish halar
- $\frac{1}{4}$ bolli Pimientos, saxað
- $\frac{1}{4}$ bolli Grænn laukur, saxaður
- 2 bollar hveiti
- 1 tsk matarsódi
- $\frac{1}{2}$ tsk Salt
- $\frac{1}{2}$ tsk Fljótandi krabbasjóður
- $\frac{1}{2}$ bolli seyði eða vatn
- Olía til steikingar

Bætið pimientos og grænum laukum við krabbana. Sigtið hveiti, matarsóda og salt saman við og bætið út í krabbana. Bætið við seyði eða vatni og blandið saman til að gera þykkt deig. Lokið og látið hvíla í ½ klukkustund.

Setjið deigið niður með skeiðum og steikið þar til hann er gullinbrúnn

59. Clam fritters

Afrakstur: 4 skammtar

Hráefni

- 1 pint samloka
- 1 matskeið lyftiduft
- $1\frac{1}{2}$ tsk Salt
- 1 bolli Mjólk
- 1 matskeið Smjör
- $1\frac{3}{4}$ bolli hveiti, til allra nota
- 1 tsk steinselja, söxuð
- 2 egg, þeytt
- 2 tsk laukur, rifinn

Blandið saman þurrefnum. Blandið saman eggjum, mjólk, lauk, smjöri og samlokum. Blandið saman við þurrefnin og hrærið þar til það er slétt. Slepptu deiginu með því að nota teskeiðar í heita styttingu við

350 gráður F og steiktu í 3 mínútur, eða þar til gullbrúnt.

Tæmið á ísogandi pappír.

60. Indónesískar maísrækjur

Afrakstur: 6 skammtar

Hráefni

- 3 korneyru skafin og grófsöxuð
- ½ pund miðlungs rækja afhýdd og afveguð,
- 1 tsk Saxaður hvítlaukur
- ½ bolli smátt saxaður skalottlaukur eða: Grænn laukur
- 1 tsk Malað kóríander
- ¼ tsk Malað kúmen
- 2 matskeiðar söxuð kóríanderlauf
- 2 matskeiðar hveiti
- 1 tsk Salt
- 2 egg, þeytt
- Hnetu- eða jurtaolía til pönnusteikingar

- chilisósa til að dýfa í

Í STÓRA Skál skaltu sameina maís, rækjur, hvítlauk, grænan lauk, malaðan kóríander, kúmen, kóríanderlauf, hveiti, salt og egg. Hitið þunnt lag af olíu á pönnu við meðalháan hita. Hellið $\frac{1}{4}$ bolla af maísblöndu í pönnu. Bættu við eins mörgum og passa í pönnuna með $\frac{1}{2}$ tommu bili á milli brauðanna.

Steikið þar til gullbrúnt og stökkt; snúa. Eldið um 1 mínútu á hvorri hlið. Fjarlægðu og tæmdu á pappírshandklæði. Haldið heitt á meðan þið steikið afganginn af brauðbollunum.

61. Ítalskar spaghettí-squashbollur

Afrakstur: 4 skammtar

Hráefni

- 2 egg
- ½ bolli undanrenndur ricotta ostur að hluta
- 1 únsa rifinn parmesanostur
- 3 matskeiðar hveiti
- ½ tsk lyftiduft
- 2 tsk Veg. olía
- ⅛ teskeið Hvítlauksduft
- ½ tsk Þurrkað oregano
- ¼ tsk Þurrkuð basil
- 1 msk Hakkað laukflögur
- 2 bollar soðið spaghetti

Blandið öllu hráefninu saman í blandaraílát nema spagettíinu. Blandið þar til slétt. Bæta við spaghetti

Hellið blöndunni á forhitaða nonstick pönnu eða pönnu sem er úðuð með Pam. Eldið við meðalhita þar til það er brúnt á báðum hliðum, snúið varlega.

SÓSA: Blandaðu saman einni 8oz dós tómatsósu, $\frac{1}{4}$ tsk þurrkað oregano, $\frac{1}{8}$ tsk hvítlauksduft, $\frac{1}{4}$ tsk þurrkað basil í lítilli potti. Hitið þar til það er heitt og freyðandi

Berið fram yfir pönnukökur.

62. Humarbollur

Afrakstur: 1 skammtur

Hráefni

- 1 bolli Saxaður humar
- 2 egg
- $\frac{1}{2}$ bolli Mjólk
- $1\frac{1}{4}$ bolli hveiti
- 2 tsk lyftiduft
- Salt og pipar eftir smekk

Hitið djúpa fitu þar til brauðteningur brúnast á sextíu sekúndum. Á meðan fitan hitnar, þeytið egg þar til þau eru ljós. Bætið við mjólk og hveiti sigtað með lyftidufti, salti og pipar og blandið svo söxuðum humri saman við.

Setjið litlar skeiðar í fitu, steikið þar til þær eru gullinbrúnar. Tæmið á brúnum pappír í heitum ofni. Berið fram með fljótlegri sítrónusósu.

63. Kræklingabrauð með salsa

Afrakstur: 4 skammtar

Hráefni

- 8 Grænn skel kræklingur; út úr skelinni
- 6 stór egg; létt barinn
- 50 millilítrar Tvöfaldur rjómi
- 10 millilítra fiskmauk
- 2 matskeiðar Polenta
- 50 grömm vorlaukur; sneið
- 400 grömm Kumera; soðið síðan afhýtt
- 1 lítill rauðlaukur; skrældar og skornar í sneiðar
- 20 millilítrar Ferskur lime safi
- 2 Nashi; kjarni fjarlægður og
- 30 millilítrar Extra virgin ólífuolía

Skerið kræklinginn í fernt og blandið honum síðan saman í skál með eggjum, rjóma, nam pla, polentu og hálfum vorlauknum. Blandið loks kumera saman við.

Blandið saman öllu hinu hráefninu til að búa til salsa, þar á meðal vorlaukinn sem eftir er, og látið standa í 30 mínútur.

Hitið pönnu og penslið með olíu og búið til annað hvort 4 stórar eða 8 litlar franskar. Eldið til gullinbrúnt á annarri hliðinni og snúið síðan við og eldið hina hliðina.

64. Kolkrabbabollur

Afrakstur: 8 skammtar

Hráefni:

- 2 Kolkrabbi um 1 1/2 pund hver
- 1 tsk Salt
- 2 lítrar vatn
- 2 lítrar ísvatn með ís
- 2 miðlungs laukar, afhýddir og saxaðir
- 2 egg, þeytt
- 1 bolli hveiti eða meira eftir þörfum
- Salt og pipar eftir smekk
- Olía til steikingar

Slepptu kolkrabbanum í stóran ketil með hratt sjóðandi söltu vatni. Eldið við meðalháan hita í um 25 mínútur. Tæmið og steypið í skál fyllta með ís og ísvatni. Skafið fjólubláu húðina í burtu með grófum bursta. Skerið fæturna af og saxið fínt.

Fargið hausunum. Blandið saman í skál lauk, eggjum, hveiti og salti og pipar. Bætið söxuðum kolkrabba út í og blandið vel saman. Mótið blönduna í $2\frac{1}{2}$ - 3 tommu flatar kökur. Hitið um $\frac{1}{2}$ tommu af olíu á stórri, þungri pönnu og steikið kolkrabbabollurnar þar til þær eru vel brúnaðar á hvorri hlið. Berið fram strax.

65. Rækjubrauð

Afrakstur: 8 skammtar

Hráefni

- ½ bolli Mjólk
- ½ bolli sjálfhækkandi hveiti
- 1 bolli hráar rækjur; hakkað
- 1 bolli soðin hrísgrjón
- 1 egg
- ½ bolli grænn laukur; hakkað
- Salt & pipar eftir smekk

Blandið öllu hráefninu saman. Setjið með teskeið í heita matarolíu og steikið í gullbrúnt. Gerið smátt og berið fram sem forrétt.

66. Ostrusmaísbollur

Afrakstur: 1 skammtur

Hráefni

- 2 bollar maískvoða
- 2 egg, aðskilin
- $\frac{1}{4}$ tsk pipar
- 2 matskeiðar hveiti
- $\frac{1}{2}$ tsk Salt

Nota má niðursoðinn eða ferskan maís. Bætið þeyttum eggjarauðunum, hveiti og kryddi út í maísdeigið. Bætið stífþeyttum eggjahvítunum út í og blandið saman.

Setjið skeiðar á stærð við ostrur á heita smurða pönnu og brúnið. Heimild: Pennsylvania Dutch Cook Book - Fine Old Recipes, Culinary Arts Press, 1936.

67. Túnfiskbollur

Afrakstur: 3 skammtar

Hráefni

- 1 bolli hveiti
- 1 tsk lyftiduft
- $\frac{1}{2}$ tsk Salt
- 2 egg
- $\frac{1}{4}$ bolli Mjólk
- 1 dós Túnfiskur, tæmd og flögur
- 6 1/2 eða 7 oz. stærð
- Þurrkaðar laukflögur
- Olía til steikingar

Sigtið hveiti, lyftiduft og salt í blöndunarskál. Þeytið eggin vel. Þeytið mjólk út í. Blandið fljótandi hráefnum saman við þurrefni.

Hrærið þar til allt hveiti er rakt. Hrærið túnfisknum saman við. Setjið teskeiðar í heita olíu, 375 gráður. Steikið þar til gullið er á öllum hliðum. Tæmið á pappírshandklæði.

OSTÁR

68. Basel ostabrauð

Afrakstur: 1 skammtur

Hráefni

- 4 brauðsneiðar
- 1 eyri smjör
- 3 Laukur
- 4 sneiðar Gruyere
- Paprika

Steikið brauð létt á báðum hliðum í smjöri og raðið á bökunarplötu. Hellið sjóðandi vatni yfir fínt saxaðan lauk og látið standa í smá stund. Hellið vatni af og steikið laukinn í restinni af smjörinu þar til hann er mjúkur.

Dreifið lauknum þunnt á brauðið og setjið ostsneið yfir hverja sneið.

Stráið papriku yfir og bakið í mjög heitum ofni (445 gráður F/gasmerki 8) þar til osturinn bráðnar. Berið fram í einu.

69. Jurtabollur með jógúrtapríkósu ídýfu

Afrakstur: 6 skammtar

Hráefni

- 3 egg; létt barinn
- 150 grömm af mozzarella; rifið
- 85 grömm Nýrifinn parmesan
- 125 grömm Nýtt brauðrasp
- $\frac{1}{2}$ rauðlaukur; smátt saxað
- $\frac{1}{4}$ tsk Rauð chili flögur
- 2 matskeiðar ferskt marjoram
- 2 matskeiðar Grófsaxaður graslaukur
- 5 matskeiðar saxuð flatblaða steinselja
- 1 Handfylli rakettublöð; gróft hakkað
- 1 handfylli barnaspínatlauf; hakkað
- Salt og pipar & sólblómaolía

- 500 gramma pottur grísk jógúrt
- 12 Tilbúnar þurrkaðar apríkósur; fínt skorið í teninga
- 2 hvítlauksgeirar & söxuð fersk mynta

Blandið hráefninu í brauðbolluna, nema olíunni og smjörinu, þar til það er þykkt og nokkuð fast. Bindið með brauðmylsnu ef það er rakt.

Blandið hráefninu í sósuna rétt fyrir notkun. Hellið 1 cm/ ½" olíu á pönnu, bætið smjörinu út í og hitið þar til það er orðið þokukennt.

Mótið sporöskjulaga kökur, þrýstið þétt með hendinni til að þjappa þeim saman. Steikið í olíunni í 2-3 mínútur þar til það er stökkt.

70. Bern ostabrauð

Afrakstur: 1 skammtur

Hráefni

- 8 aura rifinn Gruyere ostur
- 2 egg
- $2\frac{1}{2}$ vökvaaura mjólk
- 1 tsk Kirsch
- Fita til steikingar
- 6 brauðsneiðar

Blandið rifnum osti saman við eggjarauður, mjólk og Kirsch. Blandið þeyttum eggjahvítum saman við og dreifið blöndunni á brauðið.

Hitið fitu á stórri pönnu og setjið brauð með ostahliðinni niður í heita fitu

Þegar sneiðar eru orðnar gullinbrúnar er snúið við og steikt í stutta stund á hinni hliðinni.

71. Bauna-, maís- og cheddarbollur

Afrakstur: 5 skammtar

Hráefni

- $\frac{1}{2}$ bolli Gult maísmjöl
- $\frac{1}{2}$ bolli óbleikt hvítt hveiti
- $\frac{1}{2}$ tsk lyftiduft
- Dash Malað kúmen, cayenne, salt og chiliduft
- $\frac{1}{2}$ bolli Mjólk
- 1 eggjarauða & 2 eggjahvítur
- 1 bolli svartar baunir; eldað
- 1 bolli Sharp Cheddar ostur
- $\frac{1}{2}$ bolli ferskur maís; eða frosna maískorn
- 2 matskeiðar Cilantro; hakkað ferskt
- Rauð paprika og græn chilipipar, ristuð

Hrærið saman maísmjöli, hveiti, lyftidufti, salti, chilidufti, kúmeni og cayenne í meðalstórri skál.

Þeytið mjólkina saman við eggjarauðuna og bætið henni saman við þurrefnin og blandið vel saman. Hrærið baununum, ostinum, maís, kóríander, rauðum pipar og grænum chili saman við. Blandið eggjahvítunum varlega saman við.

Hitið $\frac{1}{2}$ bolli olíu í 10 tommu pönnu yfir miðlungs háum hita. Setjið um $\frac{1}{4}$ bolla af deigi með skeið fyrir hverja brauðbollu og steikið þar til hann er gullinbrúnn.

72. Mozzarella pönnukökur og spaghetti

Afrakstur: 2 skammtar

Hráefni

- 2 hvítlauksrif
- 1 lítið búnt fersk steinselja & 3 salatlaukar
- 225 grömm magurt svínahakk
- Nýrifinn parmesan & reyktur mozzarella
- 150 gr spaghetti eða tagliatelle
- 100 millilítrar Heitt nautakraftur
- 400 gr dós saxaðir tómatar
- 1 klípa sykur & 1 skvetta sojasósa
- Salt og pipar
- 1 egg og 1 msk ólífuolía

- 75 millilítra mjólk
- 50 grömm venjulegt hveiti; plús aukalega fyrir rykhreinsun

Blandið saman hvítlauk, salatlauk, hvítlauk, parmesan, steinselju og miklu salti og pipar. Mótið átta stífar kúlur. Hitið olíuna á stórri pönnu og eldið kjötbollurnar. Hellið soðinu út í.

Sjóðið saxaða tómata, sykur, salt og pipar og bætið út í kjötbollurnar

Þeytið olíu, mjólk, hveiti og smá salt út í eggjarauðuna til að fá þykkt og slétt deig. Skerið mozzarella í þunnar sneiðar og stráið síðan hveitinu yfir. Bætið eggjarauðum saman við og blandið þeyttum eggjahvítum saman við.

Dýfðu hveitistráðum mozzarella sneiðunum í deigið og steikið í tvær mínútur á hvorri hlið þar til þær eru stökkar og gullnar.

73. Emmenthal ostabrauð

Afrakstur: 1 manneskja

Hráefni

- 1 stór brauðsneið
- 1 Skinku sneið
- 1 matskeið Smjör
- 1 sneið Emmenthal ost
- Salt, pipar
- 1 egg

Ristið brauðið létt. Steikið skinkuna í stutta stund, setjið á brauð, setjið ost yfir og kryddið. Setjið í frekar heitan ofn og leyfið ostinum að bráðna, eða í þakinni pönnu ofan á eldavélinni. Á síðasta augnabliki toppur ostur með steiktu eggi.

74. Maísmjöl cheddar franskar

Afrakstur: 1 skammtur

Hráefni

- 1 bolli maísmjöl
- 1 bolli Rifinn beitt Cheddar
- ½ bolli Rifinn laukur
- ¼ bolli Hakkað rauð paprika
- 1 tsk Salt
- Cayenne, eftir smekk
- ¾ bolli sjóðandi vatn
- Jurtaolía til steikingar
- heit sósa í Louisiana-stíl, til dæmis Crystal vörumerki

Blandið saman maísmjöli, cheddar, lauk, papriku, salti og cayenne í skál.

Hrærið sjóðandi vatni saman við og blandið vandlega saman. Hitið 3 tommur af jurtaolíu í 350 F á djúpri, þungri pönnu eða djúpsteikingarvél. Setjið 6 skeiðar af deiginu ofan í olíuna og steikið í 2-3 mínútur eða þar til þær eru gullinbrúnar.

75. Camembert pönnukökur

Afrakstur: 10 skammtar

Hráefni

- 3 msk Smjör/margerín
- 3 matskeiðar Alhliða hveiti
- 1 bolli Mjólk
- 4 aura camembert ostur
- Salt eftir smekk
- Cayenne pipar eftir smekk
- 1 stórt egg
- 1 msk Smjör/smjörlíki
- ½ bolli Fínt brauðrasp

Bræðið smjörið í þungum potti yfir med. hita. Blandið hveitinu hratt út í. Bætið mjólkinni smám saman út í og hrærið vel. Látið suðuna koma upp, bætið ostinum út í sósuna og hrærið þar til hún hefur bráðnað. Bætið salti og cayenne pipar eftir smekk.

Dreifið blöndunni $\frac{3}{4}$ tommu þykkt á bökunarplötu. Skerið ostablönduna í ferninga.

Þeytið eggin með vatninu. Veltið ostbitunum upp úr brauðmylsnunni og dýfið þeim síðan í eggjablönduna. Veltið þeim aftur upp í molana og hristið af umfram mola.

Slepptu ostbitunum nokkrum í einu í olíuna. Steikið bara þar til þær eru gullinbrúnar.

76. Blómkáls-cheddar franskar

Afrakstur: 24 skammtar

Hráefni

- $1\frac{1}{2}$ bolli alhliða hveiti
- 2 tsk lyftiduft
- $\frac{1}{2}$ tsk Salt
- 2 bollar Hakkað blómkál
- 1 bolli rifinn Cheddar ostur
- 1 matskeið Hægeldaður laukur
- 1 stórt egg
- 1 bolli Mjólk
- Grænmetisolía

Sameina fyrstu 3 hráefnin í stórri skál; hrærið blómkáli, osti og lauk saman við.

Þeytið saman egg og mjólk. Bætið við hveitiblönduna, þeytið aðeins þar til það er rakt.

Hellið jurtaolíu í 2 tommu dýpi í hollenskan ofn; hitið í 375 gráður F. Setjið deigið með ávölum matskeiðum í olíu og steikið 1 mínútu á hvorri hlið eða þar til fritters eru gullinbrúnar. Tæmið vel á pappírshandklæði og berið fram strax.

77. Ostafyllt kartöflubrauð

Afrakstur: 5 skammtar

Hráefni

- 2 pund Bökunarkartöflur, soðnar
- ⅓ bolli Smjör, mildað
- 5 Eggjarauða
- 2 matskeiðar steinselja
- 1 tsk Salt
- ½ tsk pipar
- Klípa múskat
- 4 aura mozzarella ostur
- Hveiti
- 2 stór egg, létt þeytt
- 1½ bolli ítalskt brauðrasp

Sameina kartöflur og smjör í stórri blöndunarskál; þeytið á meðalhraða með rafmagnshrærivél þar til slétt. Bætið við eggjarauðum og næstu 4 hráefnum, hrærið vel. Skiptið kartöflublöndunni í 10 skammta. Vefðu hvern skammt utan um ostsneið; mótast í sporöskjulaga.

Dustið létt hveiti í hvern; dýfðu í þeytt egg og dýfðu í ítalska brauðmylsnu. Kælið í 20 mínútur.

Hellið olíu í 4 tommu dýpi í hollenskum ofni. Hitið í 340 gráður. Steikið pönnukökur nokkrar í einu, 8 mínútur, snúið einu sinni.

78. Peru- og cheddarbollur

Afrakstur: 1 skammtur

Hráefni

- 4 miðlungs Bartlett perur; skrældar
- 16 sneiðar Skarpur cheddar ostur
- $\frac{1}{2}$ bolli alhliða hveiti
- 2 stór egg; barinn til að blandast saman
- 2 bollar Ferskt hvítt brauðrasp

Skerið 3 þunnar lóðréttar sneiðar frá gagnstæðum hliðum hverrar peru; farga kjarna.

Til skiptis peru- og ostasneiðar, setjið 2 ostasneiðar á milli 3 perusneiða fyrir hverja af 8 kökum. Haldið hverri osta-peru samloku þétt saman, hjúpið létt með hveiti, síðan eggjum, síðan brauðmylsnu, hjúpið alveg og þrýstið molunum til að festast.

Hellið olíu í þunga stóra pönnu að 1 tommu dýpi og hitið í 350F. Eldið kökurnar í lotum þar til þær eru gullnar, snúið við með sleif, um það bil 2 mínútur á hlið. Tæmið á pappírshandklæði.

79. Ricotta og kastaníuhnetur með bagna cauda

Afrakstur: 4 skammtar

Hráefni

- 1 bolli ferskur ricotta
- 3 stór egg
- ½ bolli Parmigiano-Reggiano ostur
- ¼ bolli Kastaníumjöl
- 1 bolli Fínt saxaðar ristaðar kastaníuhnetur
- 1 dós Ansjósuflök
- 6 hvítlauksrif; smátt saxað
- ½ bolli Extra-virgin ólífuolía
- 6 matskeiðar ósaltað smjör
- 1 lítri hrein ólífuolía

Setjið ricotta ostinn, 2 egg og ½ bolla Parmigiano-Reggiano í stóra hrærivélarskál og blandið vel saman. Blandið kastaníumjölinu saman við með höndunum þar til slétt kexlíkt deig myndast

Í lítilli skál þeytið eggið sem eftir er. Taktu lítið magn af ricotta blöndunni og búðu til 2 tommu kúlu. Hyljið kúluna varlega með þeyttu egginu og dýptu í saxaðar kastaníuhnetur á meðan þær eru enn blautar

Á meðan blandið ansjósunum saman við safa þeirra, hvítlauk og ½ bolli af ólífuolíu í lítilli potti og hrærið við meðalhita. Maukið ansjósurnar í mauk. Hrærið smjörinu saman við 1 matskeið í einu þar til það er bráðnað og slétt

Steikið ricottakúlurnar í heitri olíu þar til þær eru gullinbrúnar

80. Waadtland ostabrauð

Afrakstur: 1 skammtur

Hráefni

- 4 sneiðar ristað brauð, hver 1 3/8 tommur þykk
- 2½ vökvaaura hvítvín
- 5½ aura Gruyere ostur, rifinn
- 1 egg
- Paprika
- Pipar

Vætið ristuðu brauðsneiðarnar með smá af víni og raðið á bökunarplötu. Blandið restinni af víninu saman við ostinn, eggið og kryddið í nokkuð þykkt deig og smyrjið á ristað brauð. Stráið meiri papriku og pipar yfir. Bakið stuttlega í mjög heitum ofni (445 gráður F/Gasmark 8) þar til osturinn byrjar að bráðna, berið fram strax.

KJÖT OG AUGLIFÆÐUR

81. Kjúklingabrauð

Afrakstur: 6 skammtar

Hráefni

- 20 mínútna undirbúningstími
- 2 bollar kjúklingur; smátt saxað eldað
- 1 tsk Salt
- 2 tsk Hakkað fersk steinselja
- 1 matskeið sítrónusafi
- 1 bolli þurrt sinnep
- 1 bolli hvítvínsedik
- 2 egg; barinn mínútur eldunartími
- $1\frac{1}{4}$ bolli hveiti
- 2 tsk lyftiduft
- ⅔ bolli Mjólk
- $\frac{3}{4}$ bolli hunang
- $\frac{1}{4}$ tsk Salt

Í stórri skál, blandaðu kjúklingnum með salti, steinselju og sítrónusafa. Setjið til hliðar í 15 mínútur. Í annarri stórri skál blandið saman hveiti, lyftidufti, eggi og mjólk. Hrærið til að blanda vel saman.

Bætið hveitiblöndunni við kjúklinginn og blandið vel saman.

Setjið deigið um matskeiðar í heita olíu og steikið í skömmtum án þess að þrýsta í 2 mínútur, þar til hann er gullinbrúnn. Tæmið á pappírshandklæði og berið fram með hunangssinnep til að dýfa í.

Undirbúið Honey sinnep leiðbeiningar

82. Stíflar nautabollur

Afrakstur: 5 skammtar

Hráefni

- 2 pund soðið ókryddað nautasteik
- 6 matskeiðar Mjólk
- 1 matskeið óbleikt alhliða hveiti
- 3 hvert stór egg, þeytt
- 1½ bolli sjálfrísandi hveiti
- 4 teskeiðar Salt
- ¼ tsk pipar

Blandið saman mjólk og hveiti; hrærið í egg. Blandið saman sjálfhækkandi hveiti, salti og pipar.

Dýfðu roastbeef bitum í eggjablöndu og dýfðu í hveitiblöndu.

Steikið í heitri djúpfitu þar til það er brúnt og hitað í gegn. Tæmið á ísogandi pappírshandklæði og berið fram heitt.

83. Eggjabollur með baunum og makkarónum

Afrakstur: 6 skammtar

Hráefni

- 1 pund strengjabaunir, soðnar
- ½ pund makkarónur eða ziti
- ¾ bolli Brauðrasp, óbragðbætt
- ½ tsk hvítlaukur, smátt saxaður
- Hakkað steinselja
- Marinara sósa
- 6 matskeiðar parmesan, rifinn
- 6 egg, þeytt
- Salt/pipar
- Olía til steikingar

Bætið brauðmylsnu, osti, steinselju, salti, pipar og hvítlauk við eggin. Blandið vandlega saman til að mynda deig. Hitið olíu í miðlungs hátt, þegar það er heitt ætti dropi af deigi að stífna og fljóta upp á yfirborðið. Setjið deig út í teskeið í einu. Ekki fjölmenna.

Þegar pönnukökur hafa bólað upp skaltu snúa þeim þar til þær mynda gullna skorpu.

Blandið saman baunum, makkarónum og marinara sósu í stórri skál.

84. Ferskar maís- og pylsur

Afrakstur: 24 skammtar

Hráefni

- 1 bolli alhliða hveiti, sigtað
- 1 tsk lyftiduft
- 1 tsk Salt
- $\frac{1}{8}$ teskeið pipar
- $\frac{1}{4}$ tsk paprika
- 1 bolli pylsa, soðin og mulin
- 1 bolli ferskur maís af kolunum
- 2 eggjarauður, þeyttar
- 2 matskeiðar Mjólk
- 2 eggjahvítur, þeyttar stífar
- Olía, til steikingar

Sigtið hveiti, lyftiduft og krydd saman í blöndunarskál. Bætið við pylsum, maís, eggjarauðum og mjólk; blandið þar til blandað. Blandið stífþeyttum eggjahvítum saman við.

Slepptu með því að hrúga teskeiðum í olíu sem hituð er í 360 - 365 gráður.

Eldið 3 til 5 mínútur, snúið að brúnni á öllum hliðum. Tæmið á pappírshandklæði.

85. Pylsu maísbollur

Afrakstur: 6 barnabörn

Hráefni

- 6 egg; aðskilin
- 12 aura maís með pimiento
- 6 pylsur
- ½ bolli alhliða hveiti
- ½ tsk Salt
- 1 msk Matreiðsla sherry

Þeytið eggjarauðurnar þar til þær eru léttar og ljósar; bætið maísnum, hægelduðum pylsunum, hveiti, salti og sherry saman við. Blandið mjög vel saman. Þeytið eggjahvíturnar þar til þær standa í toppi. Brjótið eggjahvíturnar saman við pylsublönduna, passið að missa ekki loftið.

Steikið á heitri, létt smurðri pönnu eins og pönnukökur, notaðu um $\frac{1}{4}$ bolla af blöndunni í hverja köku. Berið fram í einu, heitt.

86. Kóreskar kjötbollur

Afrakstur 4 skammta

Hráefni

- 2 punda sirloin tip steik
- 3 greinar grænn laukur, saxaður
- 2 matskeiðar sesamfræolía
- 2 tsk sesamfræ
- ½ bolli sojasósa
- 1 hvítlauksgeiri, saxaður
- 1 skvetta af svörtum pipar
- 5 egg

Blandið öllu öðru hráefni nema eggjum saman og leggið kjötið í sósu í eina klukkustund.

Hveiti kjöt og dýfið í örlítið þeytt egg, og steikið við meðalhita þar til það er brúnt. Berið fram heitt með sósu.

Sósa: 2 msk. sojasósa 1 tsk. saxaður grænn laukur 1 tsk. sesamfræ 1 tsk. edik 1 tsk. sykur Blandið öllu hráefninu saman.

87. Parmesan og mozzarella franskar

Afrakstur: 4 skammtar

Hráefni

- 1 hvítlauksgeiri; hakkað
- 2 Þroskaður mozzarella; rifið
- 1 lítið egg; barinn
- Nokkur lauf af ferskri basil
- 70 grömm af parmesan; rifið
- 2 matskeiðar venjulegt hveiti
- Salt og pipar

Blandið saman mozzarella, hvítlauk, basil, parmesan og kryddi og blandið saman með þeyttu eggi. Bætið smá hveiti út í, mótið og látið standa í ísskápnum í um það bil 30 mínútur.

Húðaðu létt með hveiti áður en það er steikt

Blandan á að vera frekar mjúk því hún stífnar eftir að hún hefur hvílt í ísskápnum í tilskilinn tíma. Olían á pönnunni má ekki vera of heit annars brenna kökurnar að utan og verða kaldar í miðjunni.

EFTIRFRITUR

88. Súkkulaðihúðaðar pekanhnetur

Afrakstur: 4 tugir

Hráefni

- 2 pakkar Vanillu karamellur; 6 únsur. ea.
- 2 matskeiðar Mjólk, gufuð upp
- 2 bollar Pecan helmingar
- 8 aura mjólkursúkkulaði. bar; skipt í ferninga
- ⅓ Parafínstöng; brotinn í sundur

Sameina karamellur og mjólk ofan á tvöföldum katli; hitið þar til karamellur bráðna, hrærið stöðugt í. Þeytið með tréskeið þar til rjómakennt; hrærið pekanhnetum saman við. Setjið teskeiðar á smurðan vaxpappír; látið standa í 15 mínútur.

Sameina súkkulaði og paraffín ofan á tvöföldum katli; hitið þar til það er bráðið og slétt, hrærið af og til.

Notaðu tannstöngul og dýfðu hverri köku í súkkulaðiblönduna

Sett á vaxpappír til að kólna.

89. Choux pönnukökur

Afrakstur: 1 skammtur

Hráefni

- ½ bolli smjör eða smjörlíki
- 1 bolli sjóðandi vatn
- ¼ tsk Salt
- 1¾ bolli hveiti
- 4 egg
- 4 bollar jurtaolía; (12 únsur)
- Kornsykur

Blandið saman smjöri, sjóðandi vatni, salti og hveiti í potti við meðalhita. Þeytið blönduna kröftuglega þar til hún fer úr hliðum pönnunnar og myndar kúlu. Takið af hitanum og kælið aðeins. Setjið með skeið í hrærivél eða matvinnsluvél með stálblaði og bætið eggjum út í einu í einu, þeytið vel eftir hverja viðbót. Þegar öllum eggjum hefur verið bætt út í og blandan er orðin þykk ætti hún að halda lögun sinni þegar henni er lyft með skeið.

Dýfðu matskeið fyrst í heita olíu, síðan í deig.

Setjið matskeiðar af deiginu varlega í heita olíu og eldið þar til það er brúnt á öllum hliðum. Takið úr olíunni með sleif og hellið af á pappírshandklæði.

90. Jólabúðingur

Afrakstur: 1 skammtur

Hráefni

- 25 grömm sjálfhækkandi hveiti
- 125 millilítra bjór
- 125 millilítra mjólk
- 125 millilítra kalt vatn
- 1 Jólabúðingur afgangs
- 1 Venjulegt hveiti
- 1 djúpsteikingartæki með olíu

Blandið saman fyrstu fjórum hráefnunum til að búa til deig. Setjið til hliðar í 20 mínútur.

Hitið djúpsteikingarvélina í 180C.

Skerið búðinginn í teninga eða fingur, rúllið í gegnum hveitið og dýfið svo í deigið. djúpsteikið þar til það er gullið.

Tæmið á eldhúsþurrku og berið fram.

91. Kanilbollur

Afrakstur: 1 skammtur

Hráefni

- 1 bolli Heitt vatn
- ⅓ bolli stytting
- 2 bollar hveiti
- $\frac{1}{2}$ bolli Sykur
- 1 matskeið kanill
- Salt
- 2 tsk lyftiduft
- Olía til djúpsteikingar
- $\frac{1}{4}$ Kanill
- $\frac{1}{2}$ bolli laxersykur

Bræðið grænmetið í heita vatninu. Hrærið hveiti, sykri, kanil, salti og lyftidufti saman við. Blandið vel saman. Rúllið í kúlu og kælið deigið í að minnsta kosti 1 klst. Hitið 1" jurtaolíu í 375° í djúpsteikingu eða pönnu. Brjótið litla deigmola af og rúllið í kúlur.

Djúpsteikið í 3-4 mínútur þar til þær eru brúnar

Lyftið upp úr heitri olíu með sleif. Tæmið á pappírsþurrku og kælið í nokkrar mínútur á grind. Blandið kanil og sykri saman í skál. Rúllaðu heitum kanilbollum í sykurblönduna til að húða þær alveg. Berið fram heitt.

92. Franskar kökur

Afrakstur: 1 skammtur

Hráefni

- 2 egg; aðskilin
- ⅔ bolli Mjólk
- 1 bolli hveiti; sigtað
- ½ tsk Salt
- 1 matskeið smjör; bráðnað
- 2 matskeiðar sítrónusafi
- 1 sítróna; börkur rifinn
- 2 matskeiðar Sykur
- 4 epli eða appelsínur, ananas
- Fíkjur eða perur

Stráið ávaxtasneiðum að eigin vali yfir sítrónuberki og sykri og látið standa í 2 til 3 klukkustundir. Tæmdu og dýfðu í þunnt deigið.

Deig: Þeytið saman með hrærivél, eggjarauðu, mjólk, hveiti, saltsmjöri og sítrónusafa. Blandið stífþeyttu eggjahvítunum saman við.

Steikið í djúpfitu 375

Tæmið og berið fram heitt með 10xsykri, eða sætu sírópi eða sósu.

93. Hlynurbollur

Afrakstur: 24 franskar

Ég **hráefni**

- 3 hvert egg
- 1 matskeið Rjómi
- $\frac{1}{2}$ tsk Salt
- 2 bollar Mjólk
- 2 tsk lyftiduft
- 4 bollar hveiti

Blandið lyftidufti og salti saman við hveiti og bætið við mjólk. Þeytið egg og rjóma saman og hrærið saman við hveitiblönduna. Setjið matskeiðar í heita fitu, hituð í 370*F og steikið þar til það er tilbúið, um það bil 5 mínútur. Berið fram með volgu hlynsírópi.

94. Rom kirsuberjabollur

Afrakstur: 6 skammtar

Hráefni

- ½ bolli alhliða hveiti
- 2 matskeiðar sælgætissykur
- ¼ tsk Salt
- 1 pund Kirsuber með stilkum
- Sælgætissykur
- 2 egg; aðskilin
- 2 matskeiðar romm
- ½ bolli Hreinsað smjör
- ½ bolli jurtaolía

Í meðalstórri skál, blandið saman hveiti, eggjarauðum, 2 T konfektsykri, rommi og salti til að mynda slétt deig. Lokið og látið standa í 1 til 2 klst.

Þeytið eggjahvíturnar þar til þær eru stífar og blandið þeim saman við deigið.

Hitið smjörið og jurtaolíuna á stórri pönnu í 360 gráður F., lækkið síðan hitann.

Dýfið kirsuberjunum í deigið og setjið þau upp í heita olíuna

Steikið í 3 mínútur, eða þar til þær eru gullinbrúnar

Fjarlægðu kirsuberin. Dýfðu þeim í sælgætissykurinn og berið fram.

95. Suvganiot

Afrakstur: 20 eða 25

Hráefni

- 1 bolli heitt vatn
- 1 pakki þurrger
- 1 matskeið Sykur
- 4 bollar Alhliða hveiti
- 1 bolli volg mjólk
- 1 matskeið ósaltað smjör (brætt)
- 1 matskeið Olía
- 1 egg
- 2 tsk Salt
- 3 matskeiðar Sykur
- Jam að þínum smekk
- Sykur og kanil til að strá yfir

Blandið ger innihaldsefnum og látið hvíla í 10 mínútur.

Blandið gerblöndunni saman við öll hráefnin nema hveitið. Blandið hveitinu hægt saman og vinnið vel. Látið hvíla í 3 klst. Steikið í heitri og djúpri olíu, mælið deigið með stórri skeið.

Snúðu einu sinni til að brúnast jafnt. Tæmið yfir pappírshandklæði. Þegar það er kalt, fyllið með sultunni og stráið sykri og kanil yfir.

96. Vínbollur

Afrakstur: 4 skammtar

Hráefni

- 4 rúllur af staf
- 200 grömm hveiti (1 3/4 bollar)
- 2 egg
- $\frac{1}{4}$ lítra mjólk
- 1 klípa Salt
- Fita til djúpsteikingar
- $\frac{1}{2}$ lítri Vín EÐA eplasafi
- Sykur eftir smekk

Blandið saman hveiti, eggjum, mjólk og salti í deig. Skerið rúllurnar í 4 sneiðar. Dýfið sneiðunum í deigið og steikið síðan þar til þær eru gullinbrúnar.

Raðið bökunum í skál og hellið heitu, sykruðu víni eða eplasafi yfir þær. Gefðu

þeim tíma til að drekka í sig vínið áður en
það er borið fram.

ÆTAR BLÓMA FRITTTERS

97. Eldriblómabollur bornar fram með yllablómamús

Afrakstur: 4 skammtar

Hráefni

- Sólblómaolía til djúpsteikingar
- 8 höfuð elderflower; fer eftir stærð
- 180 grömm venjulegt hveiti
- 1 msk púðursykur
- Klípa af salti
- Fínt rifinn börkur af 1 sítrónu
- 2 egg
- 60 millilítra mjólk
- 60 millilítra Þurrt hvítvín
- 1 Fleyg sítrónu og flórsykur

Sigtið hveiti í skál með sykri og salti. Bætið sítrónuberknum og eggjunum út í og skvettu út í um það bil helmingi mjólkarinnar og helmingi vínsins. Byrjaðu að þeyta vökvanum út í hveitið, blandaðu smám saman restinni af mjólkinni og víninu saman við til að gera slétt deig.

Taktu blómin eitt af öðru með stilkunum og dýptu ofan í deigið. Taktu út og láttu umfram deig renna af og renndu svo ofan í olíuna.

Eftir tvær mínútur ætti undirlagið að vera ljós gullbrúnt. Snúðu bökunum og stökktu í eina mínútu í viðbót. Tæmið á eldhúspappír áður en það er borið fram.

98. Fífillblómabollur

Afrakstur: 10 skammtar

Hráefni

- 1 bolli heilhveiti
- 2 matskeiðar ólífuolía
- 2 tsk lyftiduft
- 1 bolli túnfífillblóm
- 1 klípa Salt
- 1 egg
- Nonstick jurtaolíuúða
- ½ bolli lágfitumjólk

Þetta afbrigði af pönnukökum notar gulu pústfífilinn, góð uppspretta A-vítamíns.

Blandið saman hveiti, lyftidufti og salti í skál. Þeytið egg í sérstakri skál og blandið síðan saman við mjólk eða vatn og ólífuolíu.

Blandið saman við þurra blöndu. Hrærið gulum blómum varlega saman við og gætið þess að mylja þau ekki.

Sprautaðu létt á pönnu eða pönnu með jurtaolíu.

Hitið þar til það er orðið vel heitt. Hellið deiginu á pönnu með skeiðum og eldið eins og pönnukökur.

99. Eldriblómabollur

Afrakstur: 1 skammtur

Hráefni

- 8 Elderflower hausar
- 110 grömm venjulegt hveiti
- 2 matskeiðar sólblómaolía
- 150 millilítra Lager eða vatn
- 1 Eggjahvíta
- Olía til steikingar
- Flórsykur; sigtað
- Sítrónubátar

Sigtið hveiti og salt saman við og blandið saman í deig með olíu og lager. Látið standa á köldum stað í 1 klst. Þeytið eggjahvítuna þar til hún heldur í stífum toppum. Blandið egginu út í rétt áður en deigið er notað.

Hitið smá olíu á djúpri pönnu eða djúpsteikingarpotti. Dýfðu blómahausunum í deigið og dýfðu síðan í rjúkandi heita olíuna og steiktu þar til þau eru gullinbrún.

Tæmdu kökurnar á eldhúspappír. Setjið á fat, stráið sigtuðum flórsykri yfir og berið fram með sítrónubátum.

100. Rósablaðabollur

Afrakstur: 4 skammtar

Hráefni

- 1 hvert búnt af rósablöðum
- sælgætissykur
- sæt sósa

Kastaðu krónublöðunum út í og blandaðu varlega saman.

Setjið í heita olíuna og steikið þar til gullið.

Til að steikja: Dýfðu bitum af mat í deig. Steikið í 3-4 tommum af fitu við 375 gráður þar til þær eru gullinbrúnar.

Tæmið á pappírsþurrku.

Stráið ávaxtabrauði með sælgætissykri eða toppið með sætri sósu.

NIÐURSTAÐA

Sætur eða bragðmikill, auðmjúkur brauðbollinn er ljúffengur fjölhæfur. Stökkt og heitt af steikarpönnunni er uppáhalds besta leiðin okkar til að njóta deigsins, sérstaklega sem hluti af letilegum helgarmorgunverði.

Með smá aðgát er auðvelt að búa til heimabakaðar kökur sem eru ríkulegar og decadent nammi, sem henta í morgunmat, kvöldmat, eftirrétt eða bara sem snarl. Það er mikið úrval af brauðuppskriftum í þessari bók til að prófa sem mun örugglega gleðja nánast hvern sem er.

Áður en þú byrjar að búa til kökur skaltu finna rétta deigið sem hentar fyrir eldhúsið þitt og bragðlaukana. Prófaðu þessa grunnuppskrift af deigi sem notar léttbragðandi kókosolíu fyrir hressandi bragð. Blandið saman við valið af mismunandi fyllingum, allt frá sætum og ávaxtaríkum til kjöts og bragðmiklar.

www.ingramcontent.com/pod-product-compliance
Lightning Source LLC
LaVergne TN
LVHW011454061026
849535LV00004BA/1083
* 9 7 8 1 8 3 5 0 0 1 6 0 8 *